കാവ്യമണിമുത്തുകൾ

(കവിതകൾ)

THAPOVANAM GLOBAL EDUCATION CENTRE

തപോവനം വിശ്വവിദ്യാകേന്ദ്രം

(Malayalam)
KAVYAMANIMUTHUKAL
Poetry
By Balakavi Titto
Cover & Design: Sukanyathara J
First Published: May 2026
Price Rs. 150/-
Published by the Author

Distributors:
Gandeeva Books
Paingottoor
Kadavoor P. O.
Ernakulam – 686671
Ph: 9446031774

കാവ്യമണിമുത്തുകൾ

(കവിതകൾ)

ബാലകവി റ്റിറ്റോ

_____________പ്രസാധനം____________

തപോവനം വിശ്വവിദ്യാകേന്ദ്രം

പൈങ്ങോട്ടൂർ

എറണാകുളം - 686671, കേരളം

ഫോൺ : 9446031774

_____________വിതരണം_____________

ഗാണ്ഡീവ ബുക്ക്സ്

തപോവനം, പൈങ്ങോട്ടൂർ

എറണാകുളം - 686671, കേരളം

ഫോൺ : 9446031774

തലക്കുറി

ബാലകവി റ്റിറ്റോ എന്ന തൂലികാനാമത്തിൽ കവിതകൾ രചിക്കുന്ന കൊച്ചുമിടുക്കന്റെ ഔദ്യോഗിക നാമം പോൾ കെ. ജോസ്. ജനനം: 01-10-2018. സ്വദേശം മൂവാറ്റുപുഴയിലെ കൊച്ചു ഗ്രാമമായ പൈങ്ങോട്ടൂർ. മലയാളത്തിൽ കഥകളും കവിതകളും എഴുതുന്ന ഈ കുഞ്ഞുമിടുക്കൻ, മലയാളത്തിൽ നാല്പത്തിനായിരത്തോളം കവിതകളും ഇംഗ്ലീഷിൽ ആറായിരത്തിലേറെ കവിതകളും, രണ്ടായിരത്തി അഞ്ഞൂറോളം ചെറുകഥകളും, നോവലുകളും, നാടകങ്ങളും എഴുതിയ, മലയാളസാഹിത്യത്തിന് പതിനാല് പുതിയ വൃത്തങ്ങളും സംഭാവന ചെയ്ത, ഇതിഹാസകവി ഗാണ്ഡീവന്റെ കൊച്ചുമകനാണ്. 2026 മാർച്ച്-ഏപ്രിൽ കാലത്തു, തന്റെ ഒന്നാം ക്ലാസിലെ വേനലവധിക്ക് ഏതാനും ദിവസങ്ങൾ മാത്രമെടുത്താണ് ഈ കവിതകൾ ഈ പിഞ്ചോമന എഴുതിയത്. അക്ഷരം എഴുതി പഠിക്കും മുൻപേ യാത്രകളിൽ പ്രകൃതിയെ നോക്കി കഥകളും കവിതകളും ചൊല്ലി തുടക്കം. കവിതയിലെന്നപോലെ കഥയെഴുത്തിലും, ആലാപനത്തിലും, പ്രസംഗകലയിലും ചതുരംഗനാണ് ഈ കൊച്ചു കലാകാരൻ. ഇപ്പോൾ എറണാകുളം ജില്ലയിലെ വാഴക്കുളം ചാവറ ഇന്റർനാഷണൽ അക്കാദമിയിൽ ഒന്നാം ക്ലാസ് പൂർത്തിയാക്കി രണ്ടിലേക്ക് പ്രവേശിക്കുകയാണ് ഈ മിടുക്കൻ.

പൈങ്ങോട്ടൂർ | പ്രസാധകർ

23-05-2026

സമർപ്പണം

എന്റെ വല്യപപ്പ

ഇതിഹാസകവി ഗാണ്ഡീവന്

സസ്നേഹം റ്റിറ്റോ

മനസ്സിൽ നിറഞ്ഞത് ചില വരികളിൽ ഞാൻ ചൊല്ലി. പിന്നെ എഴുതി. ഇതൊന്നും എന്റെ വല്യപപ്പക്ക് കാണാൻ പറ്റാത്തത് ഒരു ദുഃഖമാണ്. സ്കൂളിലെ എന്റെ ഓരോ പരിപാടിക്കും ഞങ്ങളുടെ കൂടെ വല്യപപ്പ വരുമായിരുന്നു, പ്രോത്സാഹിപ്പിക്കുമായിരുന്നു. വല്യപപ്പക്ക് ശേഷം ഇനി തുടർച്ചയായുള്ള കവിതകൾ കാണാൻ പറ്റില്ലല്ലോ എന്ന് അമ്മ വിഷമം പറഞ്ഞപ്പോൾ കയ്യിൽ കിട്ടിയ ഒരു ഡയറി എടുത്ത് ഞാൻ എഴുതാൻ തുടങ്ങി. എന്റെ കൊച്ചു മനസ്സിൽ തോന്നിയതെല്ലാം എഴുതി. എനിക്ക് തോന്നിയപോലെ. തെറ്റുള്ളത് മാത്രം അമ്മ തിരുത്തി തന്നു. ഈ പുസ്തകം കാവ്യലോകത്തേക്കുള്ള എന്റെ ആദ്യ ചുവടുവയ്പ്പാണ്. വായിക്കണം, അഭിപ്രായങ്ങൾ അറിയിക്കണം, കേൾക്കാൻ എനിക്കിഷ്ടമാണ്.

പൈങ്ങോട്ടൂർ

23-05-2026

സസ്നേഹം നിങ്ങളുടെ,

റ്റിറ്റോ

തിരനീക്കൽ

തികഞ്ഞ അഭിമാനത്തോടെ, നിറഞ്ഞ മനസ്സോടെ ഈ ബാലകവിയുടെ, ഏഴ് വയസ്സുള്ള എന്റെ കുഞ്ഞുമോന്റെ കുറേ കൊച്ചു കവിതകൾ സഹൃദയസമക്ഷം തിരനീക്കുവാൻ ഈ അവസരം ഞാനെടുക്കുന്നു. സ്കൂളക്ഷരം ഉള്ളേൽക്കുന്നതിനു മുൻപേ അവൻ മനം നിറഞ്ഞു ചൊല്ലിയ കവിതകൾ രേഖപ്പെടുത്തി വയ്ക്കാൻ എന്തുകൊണ്ടോ സാധിച്ചില്ല. പക്ഷേ ഒന്നാം ക്ലാസ്സിലെ വേനലവധിക്കാലത്തു തന്റെ ഡയറിയിൽ റ്റിറ്റോ എഴുതിയ കുട്ടിക്കവിതകൾ ഏറെ അഭിമാനത്തോടെ ഇവിടെ പുസ്തകമാക്കിയിരിക്കുന്നു.

അണിയിച്ചൊരുക്കി, സർവ്വ അനുഗ്രഹങ്ങളും നൽകി, നാളെ പടവാളാകുമെന്ന് പേർത്തു ചൊല്ലി, ഒരു തങ്കത്തൂവൽ മനസ്സുകൊണ്ട് നൽകി, ആയിരം മണിമുത്തം നൽകി, ഞാനെന്റെ റ്റിറ്റോയുടെ, വല്യപപ്പയുടെ 'കുഞ്ഞൂഞ്ഞി'ന്റെ "കാവ്യമണിമുത്തുകൾ" സഹൃദയസമക്ഷം തിരനീക്കുന്നു. സ്വീകരിക്കുക.

സസ്നേഹം എന്നും നിങ്ങളുടെ

സുകന്യതാര

മുഖ്യബോധക

തപോവനം വിശ്വവിദ്യാകേന്ദ്രം

ഉള്ളടക്കം

41 – മിഠായി
42 – കപ്പൽ
43 – ചക്രം
44 – വർണ്ണം
45 – കാറ്
46 – ആഴ്ച
47 – ലൈറ്റ്
48 – തീവണ്ടി
49 – ചുവപ്പ്
50 – ഡും ഡും
51 – പൂരം
52 – പൂജ്യം
53 – പേന
54 – മഴ
55 – തക്കാളി
56 – നെയ്യ്
57 – പുല്ല്
58 – മഴവില്ല്
59 – മേഘം
60 – വെള്ളരിക്ക

61 – കണ്ണ്
62 – ജെറ്റ് വിമാനം
63 – ഡീസൽ
64 – അമ്പ്
65 – കൊക്ക്
66 – മരം
67 – തിമിംഗലം
68 – സൂര്യൻ
69 – മിന്നുന്നതെല്ലാം പൊന്നല്ല
70 – ഫാൻ
71 – ബോട്ട്
72 – ഇന്ത്യ
73 – വേഗത
74 – പൂച്ച
75 – മാങ്ങ
76 – പാറ്റ
77 – ഇണ്ടൻ ചേട്ടൻ
78 – ടീച്ചർ
79 – ടില്ലി

1

നക്ഷത്രം

രാവിൽ മിന്നും നക്ഷത്രം,
മിന്നും, മിന്നും നക്ഷത്രം.
വഴികാട്ടീടും നക്ഷത്രം,
ക്രിസ്മസിന്നൊരു നക്ഷത്രം.

2

വീട്

വീട് നല്ല വീട്,
നമ്മൾ ജീവിക്കും വീട്.
നിറമുള്ള വീട്,
വെയിലിൽ കാക്കും വീട്.
മഴയിൽ കാക്കും വീട്,
സ്നേഹമുള്ള വീട്.

3

ഫാൻ

ഫാൻ നല്ല ഫാൻ,
കറങ്ങുന്ന ഫാൻ,
കാറ്റ് വീശും ഫാൻ.
കറന്റ് പോയാൽ-
കാറ്റ് പോകും ഫാൻ.

4

പുൽച്ചാടി

ചാട്ടം, ചാട്ടം പുൽച്ചാടി,
ചാടിപ്പോകും പുൽച്ചാടി,
ഓടിപ്പോകും പുൽച്ചാടി,
പുല്ല് തിന്നും പുൽച്ചാടി,
വീട്ടിൽ കേറും പുൽച്ചാടി,
പച്ച നിറമുള്ള പുൽച്ചാടി.

5

കൊക്ക്

വെളുവെളുത്ത കൊക്ക്-
മീൻ പിടിക്കും കൊക്ക്.
കുത്തിയിരിക്കും കൊക്ക്-
ഒറ്റക്കാലൻ കൊക്ക്.
പറക്കും കൊക്ക്,
ചിറകു മുറിഞ്ഞാൽ-
കരയും കൊക്ക്.

6

മീൻ

നീന്തും, നീന്തും മീൻ,
മീനെ തിന്നും മീൻ,
ആ മീനെ തിന്നും നാം.

7

മാങ്ങ

മാങ്ങ നല്ല മാങ്ങ,
പച്ച, പുളിയുള്ള മാങ്ങ,
പഴുത്ത, മധുരിക്കും മാങ്ങ,
നമ്മൾ തിന്നും മാങ്ങ.
ജ്യൂസ് ആക്കും മാങ്ങ.

8

ആപ്പിൾ

ആപ്പിൾ നല്ല ആപ്പിൾ,
പച്ച നിറമുള്ള ആപ്പിൾ.
ചുമന്ന നിറമുള്ള ആപ്പിൾ,
മധുരമുള്ള ആപ്പിൾ,
നമ്മൾ തിന്നും ആപ്പിൾ.

9

കുപ്പി

കുപ്പി നല്ല കുപ്പി,
വെള്ളം ഉള്ള കുപ്പി,
എണ്ണ വയ്ക്കും കുപ്പി.
കാലിയായ കുപ്പി-
കഴുകി വയ്ക്കും നമ്മൾ.

10

പന്ത്

ചന്തമേറും പന്ത്,
ചാടിക്കേറും പന്ത്,
അതാ മുകളിൽ പന്ത്!
ചാടിപ്പോയ പന്ത്.
കുന്തമൊരെണ്ണം വേണം-
കുത്തിച്ചാടിച്ചീടാൻ.

11

എല്ല്

എല്ല് നല്ല എല്ല്-
നമ്മൾ തിന്നാത്ത എല്ല്.
നല്ല വെളു വെളുത്ത എല്ല്,
പട്ടി തിന്നും എല്ല്.

12

കണ്ണ്

കണ്ണ് നല്ല കണ്ണ്,
കാഴ്ച കാണും കണ്ണ്.
ഇരുട്ടിൽ മറയും കണ്ണ്,
കണ്ണീരിൽ നിറയും കണ്ണ്.

13

സിംഹം

ഇരയെ തേടും സിംഹം,
ഇര പിടിക്കും സിംഹം.
ഇരയെ തിന്നും സിംഹം,
കാടിൻ രാജൻ സിംഹം.
കൂട്ടിലുള്ള സിംഹം,
നാട്ടിൽ, കൂട്ടിൽ സിംഹം.

14

കാക്ക

കാക്ക നല്ല കാക്ക,
കറുത്തിരുണ്ട കാക്ക.
കാ.. കാ.. കരയും കാക്ക,
മീനെ തിന്നും കാക്ക.
മുറ്റത്തെത്തും കാക്ക,
മുറ്റം നിറയെ കാക്ക.
അരി എറിഞ്ഞാൽ കാക്ക,
കൂട്ടത്തോടെ കാക്ക.

15

കാട്

കാട് നല്ല കാട്, കുരങ്ങനുള്ള കാട്,

സിംഹം ഉള്ള കാട്.

നാട് നല്ല നാട്, മനുഷ്യനുള്ള നാട്.

16

സൂര്യൻ

സൂര്യൻ സ്വർണ്ണ സൂര്യൻ-

വെളിച്ചം തരും സൂര്യൻ.

ഇരുട്ടകറ്റും സൂര്യൻ,

വെന്തുരുകും സൂര്യൻ.

കടലിൽ വന്ന സൂര്യൻ,

കടലിൽ പോയി സൂര്യൻ.

17

ചന്ദ്രൻ

ചന്ദ്രൻ നല്ല ചന്ദ്രൻ-

രാത്രി വെളിച്ചം തരും ചന്ദ്രൻ.

സൂര്യനെത്തും നേരം-

ലൈറ്റോഫാക്കി കിടന്നുറങ്ങും ചന്ദ്രൻ.

18

തക്കാളി

ചുവന്നിരിക്കും തക്കാളി,
ചതഞ്ഞിരിക്കും തക്കാളി,
പുളിചുവയ്ക്കും തക്കാളി,
ഗുണങ്ങളേറും തക്കാളി.

19

പല്ല്

പല്ല് വെള്ള പല്ല്,
വായിൽ ഉള്ള പല്ല്.
ചവക്കാൻ ഉള്ള പല്ല്,
മിട്ടായി തിന്നാൻ പല്ല്.
മിഠായി തിന്നാൽ പതിയെ-
പറിഞ്ഞു പോകും പല്ല്.

20

നെയ്യ്

നെയ്യ് നല്ല നെയ്യ്,
മഞ്ഞച്ചിരിക്കും നെയ്യ്.
പാലുകൊണ്ടുള്ള നെയ്യ്,
വെണ്ണ കടഞ്ഞ നെയ്യ്,
നെയ്ച്ചോറിലെ നെയ്യ്.

21

മഞ്ഞുമനുഷ്യൻ

മഞ്ഞു കൊണ്ടുള്ള മനുഷ്യൻ,
വെളു വെളുത്ത മനുഷ്യൻ,
മഞ്ഞിൽ ചിരിക്കും മനുഷ്യൻ,
വെയിലിൽ ഉരുകും മനുഷ്യൻ.

22

ഗ്ലാസ്സ്

ഗ്ലാസ് ചില്ല് ഗ്ലാസ്സ്,
വെള്ളമുള്ള ഗ്ലാസ്സ്.
വെള്ളം കുടിക്കും ഗ്ലാസ്സ്,
വെള്ളത്തിനു ആകൃതി നൽകും ഗ്ലാസ്സ്.

23

എലി

എലി, ചുണ്ടൻ എലി,
തുണി തിന്നും എലി,
ചീസ് തിന്നും എലി,
കട്ട് തിന്നും എലി,
കെണിയിൽ വീഴും എലി,
പശയിൽ ഒട്ടും എലി.

24

മണ്ണ്

മണ്ണ് നല്ല മണ്ണ്,
ചെടികൾ വളരും മണ്ണ്.
മരങ്ങൾ വളരും മണ്ണ്,
മഴയിൽ ഒലിക്കും മണ്ണ്.
മരങ്ങൾ നിർത്തും മണ്ണ്,
മരങ്ങൾ പോയാൽ-
ഒലിച്ചു പോകും മണ്ണ്.

25

പേന

പേന നല്ല പേന,
നമ്മൾ എഴുതും പേന,
കുട്ടികളുടെ കയ്യിൽ,
നീല മഷിയും കറുപ്പ് മഷിയും,
ടീച്ചറുടെ കയ്യിൽ ചുവന്ന മഷി ഉണ്ടേ,
ജയിച്ചാൽ നല്ല മഷി ചുമപ്പ്,
തോറ്റാൽ ചീത്ത മഷി ചുമപ്പ്.

26

വെളിച്ചം

അതിവേഗത്തിൽ പോകും വെട്ടം-
ശബ്ദത്തേക്കാൾ വേഗത്തിൽ.
എന്നിട്ടും നാം കാണുന്നില്ല-
കാഴ്ചകൾ കാഴ്ചകൾ കേമത്തിൽ.

27

കാവൽക്കാരൻ

കാവൽക്കാരൻ നായ്ക്കുട്ടി-
വീടിനു കാവൽ നിൽക്കും പൊൻകുട്ടി,
എല്ല് കടിക്കും തേൻകുട്ടി,
കള്ളന്റെ എല്ല് പറിക്കും തീക്കുട്ടി.

28

വിമാനം

ആളെ കേറ്റും വിമാനം,
തെന്നിപ്പായും വിമാനം.
മിന്നിപ്പായും വിമാനം,
മേലേപ്പായും വിമാനം.

29

ജെ സി ബി

മണ്ണുമാന്തുന്നൊരു താരമുണ്ടത്രെ,
മഞ്ഞയുടുപ്പിട്ടു കുഴികൾ കുഴിക്കും.
ചെടികൾ നട്ടും, അവൻ മരവും പറിക്കും,
കേമനവൻ, പേര് ജെ സി ബി-യത്രേ

30

അഹങ്കാരം

പണ്ടൊരിക്കൽ, പണ്ടൊരിക്കൽ-
പന്തയം വച്ചേ കാക്കേം പരുന്തും.
മത്സരം വെച്ചേ, മത്സരം വെച്ചേ,
ആര് പറക്കും ഏറ്റവും മേലേ?
കാക്കേം പരുന്തും പറന്നങ്ങുയർന്നേ,
ഒത്തിരിയൊത്തിരി മേലേപ്പറന്നേ,
കാക്കയോ വീണേ, പിടഞ്ഞങ്ങു ചത്തേ,
പരുന്തല്ല താനെന്ന് ലോകം പറഞ്ഞേ!

31

ലോറി

ലോറി നല്ല ലോറി,
റോഡിലോടും ലോറി.
റോഡിലോടിയാലോ,
കുറഞ്ഞിടും 'കലോറി'.

32

ചക്ക

ചക്കിയും ചങ്കരനും കൂടി-
ചക്കയിടാൻ പോയി.
ചക്ക വലിയ ചക്ക,
ചുളകൾ ഉള്ള ചക്ക,
പ്ലാവിലുള്ള ചക്ക,
മധുരമുള്ള ചക്ക.
പ്ലാവിൻ കീഴെ ചെന്നപ്പോഴോ-
കത്തി മറന്നേ പോയി!

33

ഉടുപ്പ്

ഉടുപ്പ് നല്ല ഉടുപ്പ്-
നമ്മൾ ധരിക്കും ഉടുപ്പ്.
തണുക്കാതെ കാക്കും ഉടുപ്പ്,
ഭംഗിയുള്ള ഉടുപ്പ്.

34

കാറ്റ്

ഊതും കാറ്റ് കൊട്ടും കാറ്റ്,
തീ കത്തിക്കും, തീ കെടുത്തും,
മഴ പെയ്യിക്കും മഴ മാറ്റും,
പൊടി പാറിക്കും ചൂടാക്കും.

35

മരം

മരം നല്ല മരം,
കാറ്റത്താടും മരം,
കാറ്റിൽ വീഴും മരം,
കിളികൾ കൂടും മരം,
പഴങ്ങൾ നൽകും മരം,
എന്റെ സ്വന്തം മരം.

36

തീ

തീയിന്റെ ചൂടാണ് തീച്ചൂട്,
തീരാത്ത ചൂടാണ് തീച്ചൂട്.
പൊള്ളുന്ന ചൂടാണ് തീച്ചൂട്,
കൊല്ലുന്ന ചൂടാണ് തീച്ചൂട്.

37

ക്യാമറ

ക്യാമറയുണ്ടേൽ പടം പിടിക്കാം,
ബാറ്ററി വേണം, ചാർജ്ജും വേണം.
പടങ്ങളെല്ലാം ചേർത്തുപിടിക്കാം,
പിന്നീടെല്ലാം ഓർമ്മകളാക്കാം.

38

മുയൽ

തുള്ളി തുള്ളി പോകും മുയൽ-
നല്ല വെള്ള മുയൽ.
മാളത്തിൽ ഒളിക്കും മുയൽ-
ക്യാരറ്റ് കൊതിയൻ മുയൽ.
നീളൻ പല്ലുള്ള മുയൽ,
ഓടി ഒളിക്കും മുയൽ.

39

തക്കാളി

ചുവന്നിരിക്കും തക്കാളി,
ചമഞ്ഞിരിക്കും തക്കാളി.
പുളി ചുവയ്ക്കും തക്കാളി,
ശക്തി നൽകും തക്കാളി.

40

ചോറ്

ചോറ് നല്ല ചോറ്!
തീർന്നുപോയാൽ ചാറ്!

41

മിഠായി

മഞ്ഞ നിറത്തിൽ മിഠായി,
പഞ്ഞി പോലൊരു മിഠായി!
തിന്നപ്പോളോ എന്തായീ?
മിട്ടായി പോലെ പല്ലായീ!

42

കപ്പൽ

കറുകറു കറുകറു കപ്പൽ,
കാറ്റത്തുലയും കപ്പൽ.
കാറ്റും മഴയും വന്നാൽ-
മുങ്ങിപ്പോകും കപ്പൽ.

43

ചക്രം

ഉരുണ്ടുരുണ്ടു പോകും ചക്രം,
ഓട്ടോയ്ക്കുണ്ട്, സ്കൂട്ടറിനുണ്ട്,
ബൈക്കിനുണ്ട്, കാറിനുണ്ട്.
എന്നാലുണ്ടോ? ചതുര ചക്രം?
എന്തേ? എന്തേ ഇല്ലാത്തെ?

44

വർണ്ണം

ചുവപ്പ്, ആപ്പിൾ ചുവപ്പ്.

പച്ച, പുല്ല് പച്ച.

നീലാകാശം നീല.

45

കാറ്

കാറ് കാറ് മഴക്കാറ്-

നിറമോ നല്ല കറുപ്പാണ്.

കാറ്റുണ്ടെങ്കിലുറപ്പാണ്-

കുളിരും മഴയോ വരവാണ്.

46

ആഴ്ച്ച

ഞായർ ഒന്ന്,

തിങ്കൾ രണ്ട്,

ചൊവ്വ മൂന്ന്,

ബുധൻ നാല്,

വ്യാഴം അഞ്ച്,

വെള്ളി ആറ്,

ശനി ഏഴ്.

എങ്കിൽ ആഴ്ചകൾ-

മൊത്തം എത്ര?

47

ലൈറ്റ്

ലൈറ്റിനെന്തൊരു വേഗതയാ!
നിങ്ങൾക്കറിയോ കൂട്ടാരെ?
കാലുകളില്ല ചക്രവുമില്ല.
എന്നിട്ടും ഒരു വേഗതയേ!

48

തീവണ്ടി

ചൂ.. ചൂ.. തീവണ്ടി..
പണ്ടുണ്ടാർന്നോരു തീവണ്ടി,
തീകൊണ്ടോടും തീവണ്ടി,
ഇന്നില്ലാത്തൊരു തീവണ്ടി.

49

ചുവപ്പ്

ദൂരത്തുനിന്നും കാണാം ചുവപ്പ്,
അപകടം കാട്ടും ചുമപ്പ്.
നമ്മുടെയുള്ളിലെ രക്തം ചുവപ്പ്,
സ്നേഹവും കാട്ടും ചുവപ്പ്.

50

ഢും ഢും

ഢും ഢും ചെണ്ട-
കൊട്ടും മാരാർ,
ചാടിമറിഞ്ഞേ-
കൊട്ടിക്കേറും.

51

പൂരം

പൂരം കണ്ടു,
ആനേം കണ്ടു,
ആളേം കണ്ടു,
അകെ രസിച്ചു.

52

പൂജ്യം

പൂജ്യമെന്നാൽ ഒന്നുമല്ല,
പൂജ്യനെന്നാൽ എല്ലാമാണ്.

53

പേന

പേന നല്ല പേന,
കവിതയെഴുതും പേന,
പേന തീർന്നു പോയാൽ,
വിഷമിക്കും നമ്മൾ.

54

മഴ

മഴയൊരു പുഴയുണ്ടാക്കി,
പുഴയൊരു കരയുണ്ടാക്കി,
കരയൊരു കടവുണ്ടാക്കി,
കടവൊരു കനവുണ്ടാക്കി.

55

തക്കാളി

തക്കിടി മുണ്ടൻ തക്കാളി,
ചുവന്നിരിക്കും തക്കാളി.
തുടുത്തിരിക്കും തക്കാളി,
തിന്നാൻ രുചിയുള്ള തക്കാളി.

56

നെയ്യ്

നെയ്യ് നല്ല നെയ്യ്,
ശക്തി തരും നെയ്യ്,
ബുദ്ധി തരും നെയ്യ്,
മഞ്ഞയായ നെയ്യ്.

57

പുല്ല്

പുല്ലിൽക്കൂടി ചാടിനടക്കും-
പല്ലില്ലാത്തൊരു പുൽച്ചാടി.
പുല്ലിൽക്കൂടി മേഞ്ഞുനടക്കും-
പാലുതരുന്നൊരു പശുവമ്മ.

58

മഴവില്ല്

ഏഴ് നിറമുള്ള വളഞ്ഞ വില്ല്,
അതാണ് നമ്മുടെ മഴവില്ല്.
മഴയും വെയിലും ഒന്നായ് വന്നാൽ-
മേലേ തെളിയും മഴവില്ല്.

59

മേഘം

വെള്ള മേഘങ്ങൾ വന്നാൽ-
വെയിലും ഒപ്പം വരും.
കരിമേഘങ്ങൾ വന്നാൽ-
മഴയോ ഓടി വരും.

60

വെള്ളരിക്ക

വെള്ളയായ വെള്ളരിക്ക,
വെള്ളമുള്ള വെള്ളരിക്ക.
വെള്ളരിക്ക ഏറെ ഇഷ്ടം,
നല്ല നല്ല വെള്ളരിക്ക

61

കണ്ണ്

ഉപ്പന് രാത്രി കാണാം,
നമുക്ക് പകലും കാണാം.
അപ്പോ നമ്മൾ രണ്ടും ചേർന്നാൽ-
ഏത് നേരോം കാണാം.

62

ജെറ്റ് വിമാനം

അമ്പോ അമ്പോ ആകാശത്ത്-
മേഘം കൊണ്ടൊരു വര.
'അമ്മ പറഞ്ഞു 'അമ്മ പറഞ്ഞു-
"മോനേ അതാണ് ജെറ്റ്".

63

ഡീസൽ

ഡീസലൊഴിച്ചാൽ ട്രക്കോട്ടം,
മണ്ണ് ചുമന്നേ കല്ല് ചുമന്നേ-
പാറപ്പൊടികൊണ്ട് ഓടി നടന്നേ-
ട്രക്കോട്ടം, ട്രക്കോട്ടം,
ഡീസലൊഴിച്ചാൽ ട്രക്കോട്ടം.

64

അമ്പ്

'യുദ്ധം ചെയ്യാൻ അമ്പൊന്ന് വേണം'
രാജാവ് മന്ത്രിയോടായി പറഞ്ഞു.
'അമ്പിന്റെ ഒപ്പം വില്ലൊന്ന് വേണം,
എതിരാളിയും കൂടി വേണം'.

65

കൊക്ക്

മീൻ പിടിക്കും, കൊക്കുകൊണ്ടവൻ,
അവന്റെ പേരോ 'കൊക്ക്'.
ഒറ്റക്കാലിൽ നിൽക്കാനറിയാം,
വെള്ളത്തിൽ മുങ്ങാനുമറിയാം.

66

മരം

വെള്ളം വേണം മരം വളരാൻ,
വെയിൽ വേണം ഇലകൾക്ക്.
വേരുകൾ വേണം കമ്പുകൾ വേണം,
മണ്ണും വേണം മരങ്ങൾക്ക്.

67

തിമിംഗലം

കടലിൽ വലിയൊരു കലമുണ്ടല്ലോ-
അതാണ് നീല തിമിംഗലം.
ചെറു ചെറു മീനുകൾ തിന്നു രസിക്കും-
അവനാണല്ലോ തിമിംഗലം.

68

സൂര്യൻ

സൂര്യനില്ലെങ്കിൽ വെളിച്ചമുണ്ടോ?
വെളിച്ചമില്ലെങ്കിൽ ചന്ദ്രനുണ്ടോ?
ഇരുട്ട് മാറ്റാൻ വരുന്നു സൂര്യൻ,
വെളിച്ചമാകെ തരുന്നു സൂര്യൻ.

69

മിന്നുന്നതെല്ലാം പൊന്നല്ല

കണ്ടു നമ്മുടെ ഇണ്ടൻ ചേട്ടൻ-
സ്വർണ്ണ നിറത്തിൽ കല്ലൊരെണ്ണം.
നേരേ ചാടി കിണറ്റിലേക്ക്,
കല്ലെടുത്തു, ചേട്ടൻ തീർന്നു.

70

ഫാൻ

ചൂടുള്ള ദിവസം-
ഫാനിന്റെ കീഴെ-
കിടക്കാൻ രസമാ-
നല്ലൊരു കുളിരാ.

71

ബോട്ട്

കടലിലുണ്ടൊരു ബോട്ട്,
മീൻ പിടിക്കും ബോട്ട്.
ആളെ കേറ്റും ബോട്ട്,
ഉല്ലസിക്കും ബോട്ട്.

72

ഇന്ത്യ

ഇന്ത്യയിലുണ്ടൊരു പൈങ്ങോട്ടൂര്,
ഉണ്ട് തമിഴ്നാട്, ആലപ്പുഴയും.
അങ്ങനെയുണ്ടേ പലപല നാടുകൾ-
നമ്മുടെ ഇന്ത്യയിൽ സ്വന്തം ഇന്ത്യയിൽ.

73

വേഗത

"പതിയെ പോയാൽ-
കുറേ നേരം പോകാം".
ഇതിന്റെയർത്ഥം നിങ്ങൾ പറയൂ,-
പറയൂ, പറയൂ, നാട്ടാരേ.

74

പൂച്ച

പൂച്ച നല്ല പൂച്ച,
അമ്മ കിണറ്റിലിടും പൂച്ച.
പാൽ കുടിക്കും പൂച്ച,
അമ്മയെ മാന്തും പൂച്ച.

75

മാങ്ങ

മധുരമുള്ള മാങ്ങയുണ്ടേ-
വേനൽക്കാലം ഉഷാറാക്കാൻ.
വല്യ പപ്പ നട്ടതാണേ-
നിറനിറച്ചേ മാങ്ങയുണ്ടേ.

76

പാറ്റ

പാറ്റ ചീത്ത പാറ്റ,
ഉടുപ്പിനെ കൊല്ലും പാറ്റ,
ചെരുപ്പ് കൊണ്ട് അടിച്ചാൽ-
ചത്തുപോകും പാവം.

77

ഇണ്ടൻ ചേട്ടൻ

ഇണ്ടൻ ചേട്ടൻ മുണ്ടുമുടുത്തു-
ചെണ്ട കൊട്ടി വരുന്നത് കണ്ടോ?
ഉണ്ടേ, കേമൻ ആനയൊരെണ്ണം-
ചേട്ടന് പുറകിൽ, പൂരം പൊടിയായ്.

78

ടീച്ചർ

സ്കൂളിൽ പോയാൽ ടീച്ചർ-
ക്ലാസ്സ്‌വർക് ചെയ്യിപ്പിക്കും.
വീട്ടിൽ പോയാൽ ടീച്ചർ-
ഹോംവർക് ചെയ്യിപ്പിക്കും.

79

ടില്ലി

ടില്ലി കുഞ്ഞ് ടില്ലി,
കുഞ്ഞനിയത്തി ടില്ലി.
അമ്മയെ കണ്ടില്ലെങ്കിൽ-
തകർത്തു കരയും ടില്ലി.

www.ingramcontent.com/pod-product-compliance
Lightning Source LLC
LaVergne TN
LVHW050939210926
848482LV00013B/682
* 9 7 9 8 9 0 5 1 0 1 8 1 6 *